Maraba

AF873803

Ni haka farin ciki kai ne a nan. Kafin mu fara wannan binciken, ina so in dauki lokaci da sanar da kai cewa ka an ya yi addu'a ga! Kuma ba ya mai daidaituwa da kake cikin takara a binciken.

Kamar yadda ka ci gaba da horo na zama a cikin maganar Ubangiji a kullum, ina roƙonka ka fada cikin soyayya da Shi fi yadda kuka ciyar lokaci karanta daga Littafi Mai TsarkiAddu'ata a gare ku a cikin wannan binciken ita ce: Domin ku girma kusa da Ubangijinmu kamar yadda ka tono a cikin Kalmarsa kowane rana!

Kowace rana kafin ka karanta sanya littafi, addu'a, kuma ka nẽmi Yesu ya taimake ka fahimce shi. Kira shi ya yi magana da ku ta wurin kalma. Sai ku saurara. Yana da ya aiki ya yi magana da ku, kuma aikinku ya saurari kuma ku yi ɗã'ã.

Kai lokacin da za a karanta ãyõyin kan kuma a sake. Muna gaya wa a cikin karin magana don bincika kuma za ka ga.

> *"Bincika da shi kamar azurfa, da farauta domin shi kamar boye taska. Sa'an nan za ku hankalta."*

We are thrilled to provide many different resources for you as you participate in our online Bible study:
- Mai-Wa'azi Study Journal (print out or purchase online)
- Karantaing Plan
- Weekly Blog posts (Litinins, Larabas, & Jumma'as)
- Weekly Memory Verses
- Weekly Litinin Videos
- Weekly Challenges
- Online community: Facebook, Twitter, Instagram, LoveGodGreatly.com
- Hashtags: #LoveGodGreatly

Dukan mu a nan ba zai iya jira don farawa tare da ku da kuma fatan ganin ka a gama line. Sun dawwama, dauriya, latsa on- kuma kada ku daina! Bari mu gama da abin da muke fara a yau. Za mu kasance a nan kowane mataki na hanyar, yaba ka a kan! Mu ne a cikin wannan tare. Ku yãƙi da tashi da wuri, ya tura mayar da danniya na yini, da zama Shi kaɗai, kuma ku ciyar lokaci a cikin maganar Ubangiji! Ba zan iya jira a ga abin da Allah yana a store a gare mu a wannan zaman.

Journey tare da mu kamar yadda muka koyi kaurna Ubangiji Ƙwarai da rayuwarmu !!!

Angela

Copyright © 2016 by LoveGodGreatly.com

Izni ne ba a buga su kuma haifa wannan daftarin aiki domin manufar **Mai-Wa'azi** online nazarin Littafi Mai Sarki.

Don Allah kada ka canza wannan daftarin aiki a kowace hanya.

Abubuwan da ke ciki

Al'umman mu

Mun kunshi mai kyau al'umma mata da suka yi amfani da dama fasaha dandamali don ci gaba da juna da lissafi a maganar Ubangiji.

Mu fara da mai sau Littafi Mai Tsarki karatu shirin, amma ba ya hana a can.

Wasu tara a gidajensu da majami'u gida, yayin da wasu connect online da mata a fadin duniya.

Abin da hanya, mu auna kulle makamai da kuma gama da wannan manufa suaunaci Ubangiji Ƙwarai da rayuwarmu.

A yau azumi-paced fasaha kora duniya, zai zama da sauki nazarin maganar Ubangiji a cikin wani yanayi ya zama ruwan dare cewa rasa ƙarfafawa ko goyon bayan, amma da yake ba da niyyar nan tare da mu. Ubangiji ya halicce mu da rayuwa a cikin al'umma da Shi, kuma tãre da waɗanda ke kewaye da mu.

Muna bukatar juna, kuma munã rãyuwa rayuwa mafi alhẽri tare.

Saboda haka, za ka yi la'akari da kai daga da kuma nazarin da wani ya wannan zaman?

Dukan mu da mata a rayuwarmu wanda bukatar aminci, en, kuma suna da sha'awar nutse har zuwa kalmar Ubangiji a kan wani zurfi matakin. Huta tabbatar za mu a nazarin dama tare da ku- koyo tare da ku, yaba muku, da jin dadin dadi zumunci, da kuma murmushi daga kunne zuwa kunne kamar yadda muka duba Ubangiji gama mata tare Ganganci a haɗa zukatanku da tunaninku ga daukakarsa.

Yana da kyawawan ba na gaskiya ba - wannan dama dole mu ba kawai girma kusa da Ubangiji ta wurin wannan binciken, amma kuma da juna.

Don haka a nan ne kalubale: Ku kira ka inna, da 'yar'uwrka, ka Labari Kaka, yarinyar fadin titi ko karba aboki fadin kasar. Ansu rubuce-rubucen da wani rukuni na 'yan mata daga coci ko wurin aiki, tare da abokai da ku a koyaushe so ka san mafi alhẽri. Amfani da kyau na a haɗa online ga wahayi da kuma lissafi, da kuma daukar damar saduwa a cikin mutum a lokacin da za ka iya.

Hannu a hannu da hannu da hannu, bari mu yi wannan abu tare.

Fahimtar da binciken

Muna alfahari da ku.

Mu son ka san cewa.

Muna alfahari da ku domin yin da sadaukar da zama a cikin maganar Ubangiji. Da za a karanta shi a kowace rana kuma ake ji da shi zuwa ga rayuwa - da kyau rayuwa Ubangijinmu Ya bã ka.

Kowane zama da muke samarwa a binciken mujallar da ke tare da ayoyi da muke karanta. Wannan mujallar an tsara ya taimake ka hulɗa tare da maganar Ubangiji da kuma koyi su yi ta tono zurfi - ƙarfafa ka ka rage gudu zuwa gaske yin tunãni a kan abin da Ubangiji yake faɗa maka wannan rana.

A nan wannan shi ne yadda za mu yi nazarin:

1. Yadda za'a Rubuta nassin Litafi mai Tsarki.

2. Lura da abun da aka rubuta domin samun fahimta.

3. Menene abun aikatawa.

4. Yi Adu'a akan abun da aka gane.

Me ya sa muke nazarin kamar wannan?

Shi ne abu daya don kawai karanta littafi. To, a lõkacin da ka hulɗa tare da shi, da ganganci slowing saukar zuwa gaske yin tunãni a kan shi, ba zato ba tsammani ka fahimci mafi alhẽri. Wannan hanya na binciken ba ka damar tono zurfi cikin littafi da ga sama idan ka kawai karanta ayoyin.

A nan shi ne yadda za mu yi nazarin sake

Littafi: Yadda za'a Rubuta nassin Litafi mai Tsarki.

Kallo: Lura da abun da aka rubuta domin samun fahimta.

Aikace-aikace: Menene abun aikatawa.

Adu'a: Yi Adu'a akan abun da aka gane.

Misali: Karanta Kolossiyawa 1: 5-8

Littafi: Sabada begen da ke chikin sama a aijiye dominku, Wanda kuka ji labarinsa tun da chikin maganar gaskiya ta bishara, wadda to zo gareku; kamar yadda tana chikn dukan duniya kuma tana bada anfani tana daduwa, kamar yadda ta ke yu chukinku kuma, tun ran da kuka ji kuka sani kuma alherin Allah chikin gaskiya; wannan ma kuka koya daga wurin Abafras kamnatachen abokin bautanmu; amintachen mai-hidiman Kristi ne shi sabili da mu; shi ne kwa ya labarta mamu kamnarku chikin Ruhu.

Kallo: A lokacin da ka hada bangaskiya da ƙauna, da ka samu bege. Dole mu tuna cewa mu bege ke cikin sama ... Shi ne basu fito. Bishara ne maganar gaskiya. Bishara da aka ci gaba da qazanta da 'ya'yan itace da kuma girma daga ranar farko zuwa na ƙarshe. Yana daukan mutum daya ya canza dukan al'umma ... Abafras.

Aikace-aikace: Allah ya yi amfani mutum guda, Abafras, ya canza dukan garin. An tunãtar da cewa muna kawai ake kira gaya wa mutane game da Almasihu, shi ne Allah aiki don yada bishara, to girma shi, da kuma su sa shi 'ya'ya.

Ta so shi ne, duk mata da hannu a wannan nazarin Littafi Mai Tsarki za su fahimci alherin Allah, da kuma samun dirka ga kalma. Maganar Allah ne ba kawai don mu bayanai,Ta so shi ne.

Adu'a: Uba don Allah taimake ni ya zama wani Epaphras- gaya wa mutane game Ka, sa'an nan kuma barin sakamakon a Your m hannuwanku. Don Allah taimake ni fahimtar da kuma amfani da abin da na karanta a yau to rayuwata da kaina, game da shi zama ƙara kamar Ka kowane rana. Taimake ni da rayuwa a rayuwar cewa Yanã 'ya'yan itãcen bangaskiya da ƙauna ... matabbatarta ta bege cikin sama, ba a nan duniya. Ka taimake ni a tuna cewa mafi kyau shi ne duk da haka masu zuwa.

Ka tuna, ya fi muhimmanci shi ne ka hulda da maganar Allah, ku da aikace-aikace na maganarsa to rayuwarka.

Amma marmarinsa chikin shari'a ts Ubangiji ya ke; kuma a chikin shari'assa ya kan rika tunani dare da rana. Za ya zama kamar itachen da aka dasa a magudanan ruwaye, wanda yana bada yayansa a chikin kwanakinsa; Ganyensa ba ya yi yaushi ba; Kuma chikin iyakar abin da ya ke yi za shi yi albarka.~ Zabura Litafu Nafari 1:2-3

Shirin na Karatu

		Karanta	Abin Bincike
SATI NA 1	Litinin	Mai-Wa'azi 1:1-6	Mai-Wa'azi 1:1-2
	Talata	Mai-Wa'azi 1:7-11	Mai-Wa'azi 1:9-10
	Laraba	Mai-Wa'azi 1:12-18	Mai-Wa'azi 1:17-18
	Alhamis	Mai-Wa'azi 2:1-8	Mai-Wa'azi 2:1-2
	Jumma'a	Mai-Wa'azi 2:9-11	Mai-Wa'azi 2:11
	Mayar da martani rana		
SATI NA 2	Litinin	Mai-Wa'azi 2:12-17	Mai-Wa'azi 2:12-13
	Talata	Mai-Wa'azi 2:18-19	Mai-Wa'azi 2:18-19
	Laraba	Mai-Wa'azi 2: 20-23	Mai-Wa'azi 2:20-21
	Alhamis	Mai-Wa'azi 2:24-26	Mai-Wa'azi 2:24-25
	Jumma'a	Mai-Wa'azi 3:1-8	Mai-Wa'azi 3:1
	Mayar da martani rana		
SATI NA 3	Litinin	Mai-Wa'azi 3:9-15	Mai-Wa'azi 3:14-15
	Talata	Mai-Wa'azi 3:16-22	Mai-Wa'azi 3:16-17
	Laraba	Mai-Wa'azi 4:1-6	Mai-Wa'azi 4:6
	Alhamis	Mai-Wa'azi 4:7-12	Mai-Wa'azi 4:9-10
	Jumma'a	Mai-Wa'azi 4:13-16	Mai-Wa'azi 4:13
	Mayar da martani rana		
SATI NA 4	Litinin	Mai-Wa'azi 5:1-7	Mai-Wa'azi 5:4-5
	Talata	Mai-Wa'azi 5:8-17	Mai-Wa'azi 5:10-12
	Laraba	Mai-Wa'azi 5:18-20	Mai-Wa'azi 5:19
	Alhamis	Mai-Wa'azi 6:1-6	Mai-Wa'azi 6:1-2
	Jumma'a	Mai-Wa'azi 6:7-12	Mai-Wa'azi 6:10-11
	Mayar da martani rana		
SATI NA 5	Litinin	Mai-Wa'azi 7:1-6	Mai-Wa'azi 7:1
	Talata	Mai-Wa'azi 7:7-13	Mai-Wa'azi 7:11-12
	Laraba	Mai-Wa'azi 7:14-18	Mai-Wa'azi 7:14
	Alhamis	Mai-Wa'azi 7:19-24	Mai-Wa'azi 7:19-20
	Jumma'a	Mai-Wa'azi 7:25-29	Mai-Wa'azi 7:27-29
	Mayar da martani rana		
SATI NA 6	Litinin	Mai-Wa'azi 8:1-9	Mai-Wa'azi 8:4-5
	Talata	Mai-Wa'azi 8:10-13	Mai-Wa'azi 8:12
	Laraba	Mai-Wa'azi 8:14-15	Mai-Wa'azi 8:15
	Alhamis	Mai-Wa'azi 8:16-17	Mai-Wa'azi 8:16-17
	Jumma'a	Mai-Wa'azi 9:1-6	Mai-Wa'azi 9:1
	Mayar da martani rana		
SATI NA 7	Litinin	Mai-Wa'azi 9:7-10	Mai-Wa'azi 9:10
	Talata	Mai-Wa'azi 9:11-18	Mai-Wa'azi 9:17-18
	Laraba	Mai-Wa'azi 10:1-7	Mai-Wa'azi 10:1-2
	Alhamis	Mai-Wa'azi 10:8-15	Mai-Wa'azi 10:12-13
	Jumma'a	Mai-Wa'azi 10:16-20	Mai-Wa'azi 10:18
	Mayar da martani rana		
SATI NA 8	Litinin	Mai-Wa'azi 11:1-4	Mai-Wa'azi 11:4
	Talata	Mai-Wa'azi 11:5-10	Mai-Wa'azi 11:8
	Laraba	Mai-Wa'azi 12:1-8	Mai-Wa'azi 12:1-2
	Alhamis	Mai-Wa'azi 12:9-12	Mai-Wa'azi 12:11
	Jumma'a	Mai-Wa'azi 12:13-14	Mai-Wa'azi 12:13-14
	Mayar da martani rana		

A raga

Kai wani lokaci yanzu da kuma rubuta uku a raga ka so a mayar da hankali a kan wanna zaman kamar yadda muka fara tashi kafin mu iyali da kuma tono a cikin mayanar Yesu. Tabbatar da koma baya ga wadannan kwallaye cikin na gaba guda takwas makonni ya taimake ka zauna mayar da hankali. Za ki iya da shi.

1.

2.

3.

Sa hannu: ____

Kwanan watan: ____________________

Intro to Mai-Wa'azi

Da alama kamar mutane da yawa Kiristoci a yau kashe mai yawa fiye da lokacin karanta Sabon Alkawari fiye da Tsohon Alkawali. Amma kawai karanta daya da rabi daga cikin Littafi Mai Tsarki shi ne irin kamar kawai cin abinci guda tara. Babu wani abu da kuma nama zai kai ga wasu matsala. Babu wani abu da kuma hatsi zai kãfirce wa jikin gina jiki yana bukatar. Muna bukatar mu karanta Tsohon Alkawali. Me ya sa? Amsar da aka samu a cikin Romawa 15: 4

> *Domin duk abin da aka rubuta a cikin tsohon zamanin da aka rubuta mu wa'azi, cewa ta jimiri kuma ta wurin ƙarfafawa daga cikin Littattafai mu sami bege.*

Wannan ba shakka shi ne gaskiya daga cikin littafin Mai-Wa'azi, inda muka sami kanmu a wannan binciken.

"Girman kai na gumakansu ... duk shi ne girman kai." (Eccl. 1: 2) Don haka ta fara da ƙare ɗaya daga cikin mafi wuya da kuma kalubale littattafan Littafi Mai Tsarki. A duban farko, wannan littafi zai iya ze kamar sosai depressing karanta. Yana jaddada fanko rayuwa da girman kai na da yawa m abubuwa da muka fuskanci a duniya. Amma a hankali karatu zai nuna maka cewa full sako ne Allah sunã tasbĩhi da farin ciki-inducing.

Marubucin na Mai-Wa'azi An yi imani da da yawa sun kasance sarki Sulemanu, ɗan Dawuda. Ko da yake ana ta muhawara da yawa, a cikin shekaru biyu ƙarni cewa watakila shi ya rubuta wani wanda ya rayu bayan Sulemanu da sunansa ba mu sani ba.

Ko dai hanya, Mai-Wa'azi bincika rayuwa ya rayu tare da Allah, kuma baya daga gare shi.

Za ka lura cewa Sulemanu o ƙarin tabbatar da tsalle daga topic zuwa topic. Wasu daga cikin jigogi da ya duba suna da wadannan:

- Wannan duniya m, na boko, m, kuma ga alama m.
- Mu ne ba Allah ba, kuma saboda haka ba sa ba ko da yaushe fahimtar abin da yake yi.
- Hikima ne mafi alhẽri daga wauta.
- Abin Duniya abububuwa ba šauki kuma su ne kadan darajar.
- Mutuwa ta jẽ wa kowa da kowa.
- Gaskiya gamsuwa ba za a iya samu a duniya kõme.

Babban ra'ayin littafin Mai-Wa'azi ne cewa rayuwa shi ne m har mutum ya san Allah. Domin rai ba tare da Allah ne kadan fiye da jerin abubuwan da take kaiwa kowane mutum, ko mawadaci ko matalauci, halin kirki, ko lalata, to kabari. A kaifi hankali ne mai girma amma fades da shekaru, har ma da hikima tsiro maras ban sha'awa. Dũkiya alama haka kyawawa da taimako, amma za a iya dauka daga gare mu, ta hanyar m events. Ko da mun riƙe a zuwa gare shi, shi ba zai iya tafi tare da mu da kabari.

Sulemanu ƙarshe shi ne cewa a cikin tsari daya samu ma'anar, manufa, da kuma gamsuwa a rayuwa shi ko ita dole ne ya san Allah. Don san Ubangiji, m Shi, mãsu taƙawa da shi, biye da shi, da kuma gano mu ainihi, a gare Shi ne abin da fid da mu mu ji dadin boko kyautai a cikin rãyuwar dũniya da kuma duba bayan wadanda kyautai ga rai madawwami.

"Bari dukan wanda fanko ne a nan a duniya, kai ku zuwa ga abin kadai zai gamsar - alherin Allah, da ƙaunar Allah, ga Ɗan Rago na Allah, to "Yesu Kristi, a jiya, da yau, har abada." (Ibraniyawa 13: 8)

- George Mylne, (1859)

Neman wa Yesu,

Jen

Sati na Daya

Kalubale na Sati Daya (Ka lura da shi za a aika zuwa gare ku, a kowace Litinin):

Adu'a mayar da hankali ga wannan sati: Ku ciyar lokaci adu'a ga 'yan uwa.

Adu'a	Godiya
Litinin	
Tálata	
Laraba	
Alhamis	
Jumma'a	

Abin da ya faru a dā, shi zai sāke faruwa, Abin da aka yi a dā, shi za a sāke yi. A duniya duka ba wani abu da yake sabo.

Mai-wa'azi 1:9

Littattafai na Sati Daya

LITININ ***MAI-WA'AZI 1:1-6***

1 Maganar Mai Wa'azi ɗan Dawuda, Sarkin Urushalima.
2 Banza a banza ne, in ji Mai Hadishi, Banza a banza ne, dukan kome banza ne.
3 Wace riba ce mutum zai samu daga cikin aikinsa, Da yake yi a duniya?
4 Zamani yakan wuce, wani zamani kuma ya zo, Amma abadan duniya tana nan yadda take.
5 Rana takan fito, takan kuma faɗi, Sa'an nan ta gaggauta zuwa wurin fitowarta.
6 Iska takan hura zuwa kudu, ta kuma hura zuwa arewa, Ta yi ta kewayawa, har ta koma inda ta fito.

TALATA ***MAI-WA'AZI 1:7-11***

7 Kowane kogi yakan gangara zuwa teku, Amma har yanzu teku ba ta cika ba. Ruwan yakan koma mafarin kogin, Ya sāke gangarawa kuma.
8 Kowane abu yana sa gajiya, Gajiyar kuwa ta fi gaban magana. Idanunmu ba sā ƙoshi da gani, Haka kuma kunnuwanmu ba sā ƙoshi da ji.
9 Abin da ya faru a dā, shi zai sāke faruwa, Abin da aka yi a dā, shi za a sāke yi. A duniya duka ba wani abu da yake sabo.
10 Da akwai wani abu da za a ce, "Duba, wannan sabon abu ne?" Abin yana nan tuntuni kafin zamaninmu.
11 Ba wanda yake iya tunawa da abin da ya faru a dā, Da abin da zai faru nan gaba. Ba wanda zai iya tunawa da abin da zai faru A tsakanin wannan lokaci da wancan.

LARABA ***MAI-WA'AZI 12-18***

12 Ni Mai Hadishi sarki ne, na sarauci Isra'ilawa a Urushalima.
13 Na ɗauri aniya in jarraba, in bincika dukan abubuwan da ake yi a duniyar nan. Allah ya ƙaddara mana abu mai wuya.
14 Na ga dukan abin da ake yi a duniya, duk aikin banza ne da ɓata lokaci kawai.
15 Ba za a iya miƙar da abin da ya tanƙware ba, ba kuma za a iya ƙidaya abin da ba shi ba.
16 Na ce wa kaina, "Na zama babban mutum, na fi duk wanda ya taɓa mulkin Urushalima hikima. Hakika na san hikima da ilimi."
17 Na ɗaura aniya in san bambancin da yake tsakanin ilimi da wauta, da a tsakanin hikima da gāɓanci. Amma na gane harbin iska nake yi kawai.
18 Gwargwadon hikimarka gwargwadon damuwarka, gwargwadon ƙarin iliminka gwargwadon jin haushinka.

ALHAMIS

MAI-WA'AZI 2:1-8

[1]Na sa rai in ji wa kaina daɗi, in kuma san yadda farin ciki yake. Sai na tarar wannan ma aikin
banza ne. [2]Na kuma gane dariya wauta ce, nishaɗi kuma ba shi da wani amfani. [3]Muradina
shi ne in san hikima in nemi yadda zan ji wa raina daɗi da ruwan inabi, in sa kaina ga aikata
wawanci. Bisa ga tsammanina mai yiwuwa ne wannan shi ne abu mafi kyau da mutane za su
yi a duniya, a 'yan kwanakinsu.
[4]Na kammala manyan abubuwa. Na gina wa kaina gidaje, na yi gonakin inabi. [5]Na kuma yi wa
kaina lambuna da gonakin itatuwa, ba irin itatuwa masu 'ya'ya da ba su a ciki. [6]Na yi tafkuna
na yi wa itatuwana banruwa. [7]Na sayo bayi mata da maza, an kuma haifa mini cucanawa a
gidana. Ina kuma da manyan garkunan shanu, da na tumaki, da na awaki fiye da dukan wanda
ya taɓa zama a Urushalima. [8]Na tara wa kaina azurfa, da zinariya, daga baitulmalin ƙasashen da
nake mulki. Mawaƙa mata da maza suna raira mini waƙa, ina da dukan irin matan da kowane
namiji zai so.

JUMMA'A

MAI-WA'AZI 2:9-11

[9]I, na ƙasaita fiye da dukan waɗanda suka riga ni zama a Urushalima. Hikimata kuma ba ta
taɓa a rabuwa da ni ba. [10]Duk abin da nake so, na samu, ban taɓa hana wa kaina kowane irin
nishaɗin da nake so ba. Ina fāriya da kowane irin abin da na aikata. Wannan shi ne ladana na
dukan aikina. [11]Na yi tunani a kan dukan abin da na aikata, da irin wahalar da na sha lokacin
da nake yin aikin, sai na gane ba shi da wata ma'ana, na zama kamar mai harbin iska, ba shi
da wani amfani.

Litinin

Karanta: Mai-Wa'azi 1:1-6
Abin Bincike: Mai-Wa'azi 1:1-2

Littafi - Yadda za'a Rubuta nassin Litafi mai Tsarki.

Kallo - Lura da abun da aka rubuta domin samun fahimta

Litinin

Aikace-aikace - Menene abun aikatawa.

Adu'a - Yi Adu'a akan abun da aka gane.

-Visit our website today for the corresponding blog post!-

Talata

Karanta: Mai-Wa'azi 1:7-11
Abin Bincike: Mai-Wa'azi 1:9-10

Littafi - Yadda za'a Rubuta nassin Litafi mai Tsarki.

Kallo - Lura da abun da aka rubuta domin samun fahimta

Tálata

Aikace-aikace - Menene abun aikatawa.

Adu'a - Yi Adu'a akan abun da aka gane.

Laraba

Karanta: Mai-Wa'azi 1:12-18
Abin Bincike: Mai-Wa'azi 1:17-18

Littafi - Yadda za'a Rubuta nassin Litafi mai Tsarki.

Kallo - Lura da abun da aka rubuta domin samun fahimta

Laraba

Aikace-aikace - Menene abun aikatawa.

Adu'a - Yi Adu'a akan abun da aka gane.

-Visit our website today for the corresponding blog post!-

Alhamis

Karanta: Mai-Wa'azi 2:1-8
Abin Bincike: Mai-Wa'azi 2:1-2

Littafi - Yadda za'a Rubuta nassin Litafi mai Tsarki.

Kallo - Lura da abun da aka rubuta domin samun fahimta

Alhamis

Aikace-aikace - Menene abun aikatawa.

Adu'a - Yi Adu'a akan abun da aka gane.

Jumma'a

Karanta: Mai-Wa'azi 2:9-11
Abin Bincike: Mai-Wa'azi 2:11

Littafi - Yadda za'a Rubuta nassin Litafi mai Tsarki.

Kallo - Lura da abun da aka rubuta domin samun fahimta

Jumma'a

Aikace-aikace - Menene abun aikatawa.

Adu'a - Yi Adu'a akan abun da aka gane.

-Visit our website today for the corresponding blog post!-

Tambayoyi yin Tunani

1. Abin da sweeping sanarwa bai Sulemanu yi game da rayuwa?

2. Menene Sulemanu ya sadaukar da kansa ga?

3. Karanta Eccl. 1:17 da kuma kwatanta shi da Misalai 4: 7.

4. List dukan kõme ga abin da Sulemanu tsunduma a Eccl. 2: 1-11.

5. Me za ka yi kokarin nemo darajar a?

Tá mayar da martani

Sati na Biyu

Kalubale na Biyu (Ka lura da shi za a aika zuwa gare ku, a kowace Litinin):

Adu'a mayar da hankali ga wannan sati: Ku ciyar lokaci adu'a ga kasar ki.

	Adu'a	Godiya
Litinin		
Talata		
Laraba		
Alhamis		
Jumma'a		

Dukan abin da yake faruwa a duniyar nan yakan faru ne a cikin lokacin da Allah ya so.

Mai-wa'azi 3:1

Littattafai na Sati Biyu

LITINI ***MAI-WA'AZI 2:12-17***

[12]Bayan wannan duka, abin da sarki zai iya yi kaɗai, shi ne abin da sarakunan da suka riga shi
suka yi. Sai na fara tunani a kan abin da ake nufi da hikima, ko rashin kula, ko wauta. [13]To, na
sani hikima ta fi wauta, kamar yadda haske ya fi duhu. [14]Mai hikima ya san inda ya nufa, amma
wawa ba zai iya sani ba. Na kuma sani makomarsu guda ce. [15]A zuciyata na ce, "Abin da yakan
sami wawa shi ne kuma zai same ni. To, wace riba na ci ke nan saboda hikimar da nake da
ita?" Na kuma ce a zuciyata, "Wannan ma aikin banza ne." [16]Gama ba za a ƙara tunawa da mai
hikima ko wawa ba, nan gaba za a manta da dukansu. Yadda mai hikima yake mutuwa haka
ma wawa yake mutuwa. [17]Saboda haka rai ba wani abu ba ne a gare ni, domin dukan abin da
yake cikinsa bai kawo mini kome ba sai wahala. Duka banza ne, ba abin da nake yi sai harbin
iska kawai.

TALATA ***MAI-WA'AZI 2:18-19***

[18]Daga cikin dukan abin da na samu kan aikin da na yi, ba su da wata ma'ana a gare ni, gama
na sani zan bar wa magājina ne. [19]Wa ya sani ko shi mai hikima ne, ko kuma wawa ne? Duk da
haka shi zai mallaki dukan abin da na sha wahalar tanadinsa. Dukan aikin da na yi na hikima a
wannan duniya aikin banza ne.

LARABA ***MAI-WA'AZI 2:20-23***

[20]Na yi baƙin ciki a kan dukan wahalar aikin da na yi a duniya. [21]Kai ne ka yi aiki da dukan
hikimarka, da iliminka, da gwanintarka, amma kuma tilas ka bar shi duka ga wanda bai yi
wahalar kome a ciki ba. Wannan ma bai amfana kome ba, mugun abu ne. [22]Me mutum zai samu
daga cikin aikin da ya yi duka, da irin ɗawainiyar da ya sha a kan yin aikin? [23]Dukan abin da
yake yi a kwanakinsa, ba abin da ya jawo masa, sai damuwa da ɓacin zuciya. Da dare ma ba ya
iya hutawa. Wannan kuma aikin banza ne duka.

ALHAMIS

MAI-WA'AZI 24-26

[24]Ba abin da ya fi wa mutum kyau fiye da ya ci, ya sha, ya saki jiki, ya ci moriyar aikinsa.
Na gane wannan ma daga wurin Allah ne. [25]Kaƙa za ka sami abin da za ka ci, ko ka ji daɗin
zamanka in ba tare da shi ba? [26]Allah ne yake ba da hikima, da ilimi, da farin ciki ga wanda
yake ƙauna. Amma yakan sa matalauci, mai zunubi, ya yi ta wahalar nema ya tara dukiya,
domin Allah ya bayar ga wanda yake ƙauna. Wannan ma aikin banza ne, harbin iska ne kawai.

JUMMA'A

MAI-WA'AZI 3:1-8

Kowane Abu da Lokacinsa

[1]Dukan abin da yake faruwa a duniyar nan yakan faru ne a cikin lokacin da Allah ya so.

[2]Shi yake sa lokacin haihuwa, da lokacin mutuwa, Da lokacin dashe, da lokacin tumɓuke abin da aka dasa,

[3]Da lokacin kisa, da lokacin rayarwa, Da lokacin rushewa, da lokacin ginawa.

[4]Shi ne kuma yake sa lokacin yin kuka, da lokacin yin dariya, Da lokacin yin makoki, da lokacin yin murna,

[5]Da lokacin warwatsa duwatsu, da lokacin tattarawa, Da lokacin rungumewa, da lokacin da ba a yi.

[6]Shi ne kuma yake sa lokacin nema, da lokacin rashi, Da lokacin adanawa, da lokacin zubarwa,

[7]Da lokacin ketawa, da lokacin gyarawa, Da lokacin yin shiru, da lokacin magana.

[8]Shi ne kuma yake sa lokacin ƙauna, da lokacin ƙiyayya, Da lokacin yaƙi, da lokacin salama.

Litinin

Karanta: Mai-Wa'azi 2:12-17
Abin Bincike: Mai-Wa'azi 2:12-13

Littafi - Yadda za'a Rubuta nassin Litafi mai Tsarki.

Kallo - Lura da abun da aka rubuta domin samun fahimta

Litinin

Aikace-aikace - Menene abun aikatawa.

Adu'a - Yi Adu'a akan abun da aka gane.

-Visit our website today for the corresponding blog post!-

Tàlata

Karanta: Mai-Wa'azi 2:18-19
Abin Bincike: Mai-Wa'azi 2:18-19

Littafi - Yadda za'a Rubuta nassin Litafi mai Tsarki.

Kallo - Lura da abun da aka rubuta domin samun fahimta

Tálata

Aikace-aikace - Menene abun aikatawa.

Adu'a - Yi Adu'a akan abun da aka gane.

Laraba

Karanta: Mai-Wa'azi 2: 20-23
Abin Bincike: Mai-Wa'azi 2:20-21

Littafi - Yadda za'a Rubuta nassin Litafi mai Tsarki.

Kallo - Lura da abun da aka rubuta domin samun fahimta

Laraba

Aikace-aikace - Menene abun aikatawa.

Adu'a - Yi Adu'a akan abun da aka gane.

-Visit our website today for the corresponding blog post!-

Alhamis

Karanta: Mai-Wa'azi 2:24-26
Abin Bincike: Mai-Wa'azi 2:24-25

Littafi - Yadda za'a Rubuta nassin Litafi mai Tsarki.

Kallo - Lura da abun da aka rubuta domin samun fahimta

Alhamis

Aikace-aikace - Menene abun aikatawa.

Adu'a - Yi Adu'a akan abun da aka gane.

Jumma'a

Karanta: Mai-Wa'azi 3:1-8
Abin Bincike: Mai-Wa'azi 3:1

Littafi - Yadda za'a Rubuta nassin Litafi mai Tsarki.

Kallo - Lura da abun da aka rubuta domin samun fahimta

Jumma'a

Aikace-aikace - Menene abun aikatawa.

Adu'a - Yi Adu'a akan abun da aka gane.

-Visit our website today for the corresponding blog post!-

Tambayoyi yin Tunani

1.What ƙarshe bai Sulemanu ya yi game da hikimar, kuma ransa? (Eccl. 2:16)

2. Me ya sa kake tsammanin wannan sanya shi ƙi rayuwa? (Eccl. 2:17)

3. Mene ne darajar aiki?

4. Eccl. 3: 1-8 ne sananne nassi. Menene ya koyar game da Allah da kuma game da mutum?

5. Yaya ya kamata a sama nassi shafa mu rayuwar yau da kullum?

Tá mayar da martani

Sati na Uku

Kalubale na Uku (Ka lura da shi za a aika zuwa gare ku, a kowace Litinin):

Adu'a mayar da hankali ga wannan sati: Ku ciyar lokaci addu'a ga abokanka.

Adu'a	Godiya
Litinin	
Tálata	
Laraba	
Alhamis	
Jumma'a	

Biyu sun fi ɗaya, gama za su fi
samun amfanin wahalar aikinsu.
Gama idan ɗaya daga cikinsu
ya fāɗi, ɗayan zai taimake shi
ya tashi, amma idan ya faɗi
yana shi kaɗai, to, tir, domin ba
wanda zai taimake shi.

Mai-wa'azi 4:9-10

LITINI

MAI-WA'AZI 3:9-15

9Wace riba mutum zai ci a kan dukan aikinsa? 10Na san hukuncin da Allah ya ɗora mana mu yi
ta fama da shi. 11Shi ya sa wa kowane abu lokacinsa. Shi ne kuma ya sa mana buri mu san abin
da yake nan gaba, amma fa bai ba mu cikakken sanin ayyukan da yake yi ba, tun daga farko har
zuwa ƙarshe. 12Na gane iyakar abin da mutum zai yi, shi ne ya yi farin ciki, ya yi abin kirki tun
yana da rai. 13Dukanmu mu ci, mu sha, mu yi murna da abin da muka yi aikinsa, gama wannan
kyautar Allah ce.
14Na sani dukan abin da Allah ya yi zai dawwama, ba abin da za a ƙara, ko a rage. Allah ya yi
haka kuwa domin mutane su zama masu tsoronsa. 15Dukan abin da ya faru, ya riga ya faru a dā.
Allah ya sa abin da ya faru ya yi ta faruwa. Allah yana hukunta abin da ya riga ya faru.

TALATA

MAI-WA'AZI 3:16-22

Rashin Adalcin da yake a Duniya

16Banda wannan kuma, na gane a duniyar nan mugunta ta gāje matsayin adalci da na abin
da yake daidai. 17Sai na ce a zuciyata, "Da adali, da mugu, Allah zai shara'anta su, domin
an ƙayyade lokaci na yin kowane abu da na yin kowane aiki." 18Na dai ce Allah yana jarraba
mutum ne domin ya nuna masa bai ɗara dabba ba. 19Gama makomar 'yan adam da ta dabbobi
ɗaya ce, yadda ɗayan yake mutuwa haka ma ɗayan. Dukansu numfashinsu iri ɗaya ne. Mutum
bai fi dabba ba, gama rai ba shi da wata ma'ana ga kowannensu. 20Dukansu wuri ɗaya za su tafi,
gama dukansu biyu daga turɓaya suka fito, dukansu biyu kuma za su koma cikinta. 21Wa zai iya
tabbatarwa, cewa ruhun mutum zai tafi sama, ruhun dabba kuwa zai tafi ƙasa? 22Na gane abin
da ya fi wa mutum, shi ne ya more wahalar aikinsa, gama ba wani abu da zai iya yi. Ba wata
hanya da zai san abin da zai faru bayan mutuwarsa.

LARABA

MAI-WA’AZI 4:1-6

1Sa’an nan na sāke dubawa a kan rashin adalcin da yake ci gaba a duniyar nan. Waɗanda ake
zalunta suna kuka, ba kuwa wanda zai taimake su, domin waɗanda suke zaluntarsu suke da
iko. 2Ina ƙyashin waɗanda suka mutu, gama sun fi waɗanda suke da rai yanzu jin daɗi. 3Amma
wanda ya fi su jin daɗi duka, shi ne wanda bai taɓa rayuwa ba, balle ya ga rashin adalcin da
yake ta ci gaba a duniyar nan.
4Na gane dalilin da ya sa mutane suke aiki ƙwarai don su ci nasara, so suke su fi kowa samu.
Wannan ma aikin banza ne harbin iska kawai. 5Za su ce, “Wawa ne zai ƙi yin aiki, ya zauna har
yunwa ta kashe shi.” 6Gara tafin hannu guda cike da kwanciyar rai, da tafin hannu biyu cike da
tashin hankali, harbin iska ne kawai.

ALHAMIS

MAI-WA’AZI 4:7-12

7Na kuma ga wani abu a zaman mutum, wanda bai amfana kome ba, 8mutumin da ba shi da
kowa, ba ɗa, ba ɗan’uwa, duk da haka a kullum yana ta fama da aiki. Bai taɓa ƙoshi da wadatar
da yake da ita ba. Saboda me yana ta fama da aiki, ya hana wa kansa jin daɗi? Wannan ma aikin
banza ne, zaman baƙin cikin ne.
9Biyu sun fi ɗaya, gama za su fi samun amfanin wahalar aikinsu. 10Gama idan ɗaya daga cikinsu
ya fāɗi, ɗayan zai taimake shi ya tashi, amma idan ya faɗi yana shi kaɗai, to, tir, domin ba
wanda zai taimake shi. 11Idan mutum biyu sun kwanta tare, za su ji ɗumin juna, amma ƙaƙa
mutum ɗaya zai ji ɗumi? 12Mutum biyu za su iya kāre kansu su ci nasara, amma mutum ɗaya
ba zai iya kāre kansa ya ci nasara a kan wanda ya kawo masa hari ba. Igiya riɓi uku tana da
wuyar tsinkawa.

JUMMA’A

MAI-WA’AZI 4:13-16

13-14Mutum yana iya tashi daga matsayin talauci ya zama sarki a ƙasarsa, ko ya fita daga
kurkuku ya hau gadon sarauta. Amma lokacin da sarki ya tsufa, idan wautarsa ta hana shi karɓar
shawara, bai fi saurayin ɗin da yake talaka mai basira ba. 15Na yi tunani a kan dukan mutanen
da suke zaune a duniyar nan, sai na gane a cikinsu akwai saurayin da zai maye matsayin sarkin.
16Mutanen da sarki yake mallaka suna da yawan gaske. Amma bayan ba shi ba wanda zai gode
masa saboda ayyukan da ya yi. Hakika wannan ma aikin banza ne, harbin iska kawai.

Litinin

Karanta: Mai-Wa'azi 3:9-15
Abin Bincike: Mai-Wa'azi 3:14-15

Littafi - Yadda za'a Rubuta nassin Litafi mai Tsarki.

Kallo - Lura da abun da aka rubuta domin samun fahimta

Litinin

Aikace-aikace - Menene abun aikatawa.

Adu'a - Yi Adu'a akan abun da aka gane.

-Visit our website today for the corresponding blog post!-

Talata

Karanta: Mai-Wa'azi 3:16-22
Abin Bincike: Mai-Wa'azi 3:16-17

Littafi - Yadda za'a Rubuta nassin Litafi mai Tsarki.

Kallo - Lura da abun da aka rubuta domin samun fahimta

Tálata

Aikace-aikace - Menene abun aikatawa.

Adu'a - Yi Adu'a akan abun da aka gane.

Laraba

Karanta: Mai-Wa'azi 4:1-6
Abin Bincike: Mai-Wa'azi 4:6

Littafi - Yadda za'a Rubuta nassin Litafi mai Tsarki.

Kallo - Lura da abun da aka rubuta domin samun fahimta

Laraba

Aikace-aikace - Menene abun aikatawa.

Adu'a - Yi Adu'a akan abun da aka gane.

-Visit our website today for the corresponding blog post!-

Alhamis

Karanta: Mai-Wa'azi 4:7-12
Abin Bincike: Mai-Wa'azi 4:9-10

Littafi - Yadda za'a Rubuta nassin Litafi mai Tsarki.

Kallo - Lura da abun da aka rubuta domin samun fahimta

Alhamis

Aikace-aikace - Menene abun aikatawa.

Adu'a - Yi Adu'a akan abun da aka gane.

Jumma'a

Karanta: Mai-Wa'azi 4:13-16
Abin Bincike: Mai-Wa'azi 4:13

Littafi - Yadda za'a Rubuta nassin Litafi mai Tsarki.

Kallo - Lura da abun da aka rubuta domin samun fahimta

Jumma'a

Aikace-aikace - Menene abun aikatawa.

Adu'a - Yi Adu'a akan abun da aka gane.

-Visit our website today for the corresponding blog post!-

Tambayoyi yin Tunani

1.What kyauta ne Allah ya ba wa mutum, bisa ga Eccl. 3:13?

2. Bisa ga 3:18 Me ya sa Allah gwajin mutum?

3. Me ya sa Sulemanu kwatanta mutum da dabbobi? (Eccl. 3: 19-21)

4. Mene ne jigo na Eccl. sura ta 4?

5. A Eccl. 4: 9 muna gaya wa cewa biyu ne mafi alhẽri daga daya. Menene wannan yake nufi, kuma abin da yake da manufar aminci?

Tà mayar da martani

Sati na Hudu

Kalubale na Hudu (Ka lura da shi za a aika zuwa gare ku, a kowace Litinin):

Adu'a mayar da hankali ga wannan sati: Ku ciyar lokaci addu'a ga coci.

Adu'a	Godiya
Litinin	
Tálata	
Laraba	
Alhamis	
Jumma'a	

Mukan bar duniyar nan kamar
yadda muka shigo ta, ba mu
da kome. Dukan ayyukanmu,
ba abin da za mu ɗauka mu
tafi da shi.

Mai-wa'azi 5:15

Littattafai na Sati Hudu

LITINI ***MAI-WA'AZI 5:1-7***

Kada ka yi Gaggawar Yin Wa'adi

1Ka yi hankali lokacin da kake shiga Haikali. Gara ka tafi can da niyyar koyon wani abu, da
ka miƙa hadaya kamar waɗansu wawaye da ba su san halal da haram ba. 2Yi tunani kafin ka yi
magana, kada ka yi wa Allah wa'adi na gaggawa. Allah yana Sama kai kuwa kana duniya. Don
haka kada ka faɗa fiye da abin da ya kamata. 3Yawan damuwarka yana iya sa ka yi mafarkai.
Yawan maganarka kuma yana iya sa ka ka yi maganar wauta. 4Sa'ad da ka yi wa'adi ga Allah,
yi hanzari ka cika, gama wawa ba shi da wani amfani a gare shi. Sai ka cika wa'adin da ka yi!
5Gara kada ka yi wa'adi, da ka yi wa'adi, amma ba ka cika ba. 6Kada ka bar maganar bakinka
ta kai ka ga yin zunubi, har ka ce wa manzon Allah, ba haka kake nufi ba. Don me za ka sa
Allah ya yi fushi da kai, har ya hallakar da abin da ka yi wahalarsa? 7Yawan mafarkanka, da
dukan ayyukanka, da yawan maganganunka duk banza ne, duk da haka ya fi maka amfani ka
yi tsoron Allah.

TALATA ***MAI-WA'AZI 5:8-17***

Rai Banza Ne

8Idan ka ga hukuma na zaluntar talakawa, ba ta yi musu adalci, ba ta kiyaye hakkinsu, kada ka
yi mamaki. Kowane shugaba yana da shugaban da yake goyon bayansa. Dukansu biyu suna da
goyon bayan manyan shugabanni.
9Abin da ƙasa take bukata, shi ne sarkin da yake kulawa da aikin gona.
10Idan kana ƙaunar kuɗi, daɗi ba zai ishe ka ba, wanda kuma yake ƙaunar dukiya, ba zai ƙoshi
da riba ba, wannan kuma aikin banza ne. 11Gwargwadon dukiyarka gwargwadon mutanen da za
ka ciyar, ribarka kaɗai ita ce sanin kana da dukiya. 12Ma'aikaci, ko yana da isasshen abinci, ko
ba shi da isasshe, duk da haka yakan ji daɗin barcinsa da dare. Amma mawadaci yakan kwana
bai rintsa ba, saboda yawan tunani.
13Wani mugun abu da na gani a duniyar nan, shi ne mutane sun ajiye kuɗi domin lokacin da za
su bukace su. 14Amma sukan lalace saboda muguwar ma'amala, har ba abin da ya ragu da za su
bar wa 'ya'yansu gado. 15Mukan bar duniyar nan kamar yadda muka shigo ta, ba mu da kome.
Dukan ayyukanmu, ba abin da za mu ɗauka mu tafi da shi. 16Wannan mugun abu ne, mukan
tafi kamar yadda muka zo. Mukan yi aiki, muna ƙoƙari mu kama iska, me muka samu ke nan?
17Mun yi zamanmu a duhu, da baƙin ciki, da damuwa, da fushi, da cuta.

LARABA *MAI-WA'AZI 5:18-20*

18Ga abin da na gani yana da kyau, ya kuma dace, shi ne kurum mutum ya ci, ya sha, ya ji daɗin
aikin da ya yi a 'yan kwanakin rai da Allah ya ba shi, gama wannan shi aka ƙaddara wa mutum.
19Duk wanda Allah ya ba wadata da dukiya ya kuma bar shi ya ci moriyarsu, sai ya yi godiya
ya ci moriyar aikin da ya yi, wannan kyauta ce ta Allah. 20Tun da yake Allah ya yarje masa, ya
zauna da farin ciki, ba ya cika damuwa saboda rashin tsawon kwanaki.

ALHAMI *MAI-WA'AZI 6:1-6*

Rashin Ma'anar Rai

1Na kuma lura, a duniyar nan an yi wa ɗan adam rashin adalci ƙwarai. 2Allah yakan ba wani
mutum dukiya, da daraja, da wadata, i, da kowane abu da yake bukata. Amma bai ba shi iko ya
more su ba. A maimakonsa wani baƙo ne zai more su. Wannan aikin banza ne ba kuwa daidai
ba ne. 3Mai yiwuwa ne mutum ya haifi 'ya'ya ɗari ya kuma yi tsawon rai, amma kome tsawon
ransa ba wani abu ba ne idan ba shi da farin ciki, bai kuma sami kyakkyawar binnewa ba. Sai
na ce, gara jaririn da aka haifa matacce da shi. 4Haihuwar ba ta amfane shi kome ba, gama ya
zo daga duhu ya koma duhu inda aka manta da shi. bai taɓa ganin hasken rana ba, bai kuma
san abin da ake ce da shi rai ba. Amma duk da haka ya dai huta, fiye da mutumin da bai more
wa rai ba, ko da ya shekara dubu biyu. Duk da haka dukansu wuri ɗaya za su tafi. 5kuma bay a
ga rana ba, ya kwa san tab a; gwamma shi da wanchan: 6i, ko ya zamna shekara dubu ribi biyu,
amma bay a sami dadin albarka ba; dukansu ba wuri daya za su ba?

JUMMA'A *MAI-WA'AZI 6:7-12*

7Dukan wahalar da ɗan adam yake yi ta samun abinci ce, amma duk da haka bai taɓa ƙoshi
ba. 8Da me mai hikima ya fi wawa? Wace riba ce kuma matalaucin da ya iya zama da mutane
zai samu? 9Abin da ya zo hannu ya fi dogon buri gama dogon buri aikin banza ne, harbon iska
kawai.

10Kowane abu da ya kasance, an riga an ba shi suna, yadda aka yi mutum haka zai zama. Ba
kuwa zai iya gardama da abin da ya fi ƙarfinsa ba. 11Yawan magana yakan ɓata al'amari. Wane
amfani zai yi wa mutum? 12Wa ya san abin da ya fi dacewa ga mutum a 'yan kwanakinsa
marasa amfani? Sukan wuce kamar inuwa. Wa kuma zai iya faɗa wa mutum abin da zai faru a
duniya bayan rasuwarsa?

Litinin

Karanta: Mai-Wa'azi 5:1-7
Abin Bincike: Mai-Wa'azi 5:4-5

Littafi - Yadda za'a Rubuta nassin Litafi mai Tsarki.

Kallo - Lura da abun da aka rubuta domin samun fahimta

Litinin

Aikace-aikace - Menene abun aikatawa.

Adu'a - Yi Adu'a akan abun da aka gane.

-Visit our website today for the corresponding blog post!-

Talata

Karanta: Mai-Wa'azi 5:8-17
Abin Bincike: Mai-Wa'azi 5:10-12

Littafi - Yadda za'a Rubuta nassin Litafi mai Tsarki.

Kallo - Lura da abun da aka rubuta domin samun fahimta

Talata

Aikace-aikace - Menene abun aikatawa.

Adu'a - Yi Adu'a akan abun da aka gane.

Laraba

Karanta: Mai-Wa'azi 5:18-20
Abin Bincike: Mai-Wa'azi 5:19

Littafi - Yadda za'a Rubuta nassin Litafi mai Tsarki.

Kallo - Lura da abun da aka rubuta domin samun fahimta

Laraba

Aikace-aikace - Menene abun aikatawa.

Adu'a - Yi Adu'a akan abun da aka gane.

-Visit our website today for the corresponding blog post!-

Alhamis

Karanta: Mai-Wa'azi 6:1-6
Abin Bincike: Mai-Wa'azi 6:1-2

Littafi - Yadda za'a Rubuta nassin Litafi mai Tsarki.

Kallo - Lura da abun da aka rubuta domin samun fahimta

Alhamis

Aikace-aikace - Menene abun aikatawa.

Adu'a - Yi Adu'a akan abun da aka gane.

Jumma'a

Karanta: Mai-Wa'azi 6:7-12
Abin Bincike: Mai-Wa'azi 6:10-11

Littafi - Yadda za'a Rubuta nassin Litafi mai Tsarki.

Kallo - Lura da abun da aka rubuta domin samun fahimta

Jumma'a

Aikace-aikace - Menene abun aikatawa.

Adu'a - Yi Adu'a akan abun da aka gane.

-Visit our website today for the corresponding blog post!-

Tambayoyi yin Tunani

1. Mene ne hadayu na wawaye? (Eccl. 5: 1)

2. Abin da ake nufi da tsoron Ubangiji? Ta yaya za ka yi girma a cikin wannan yanki?

3. Me ya sa yake da ƙarya son kudi da kuma dũkiya ne?

4. A Eccl. 5:18 muna gaya wa cewa mu ji dadin aikin da Allah ya ba mu. Make a jerin dukan ayyuka Allah a kai a kai ya kira ka ka yi. Shin, ba ka samu farin ciki a gare su? Idan ba haka ba, ta yaya za ka zama mafi m?

5. A Eccl. 6: 3-4 Sulemanu ya sa wani kyakkyawan m sanarwa. Mene ne ma'anar wadannan ayoyi?

Tá mayar da martani

Sati na Biyar

Kalubale na Biyar (Ka lura da shi za a aika zuwa gare ku, a kowace Litinin):

Adu'a mayar da hankali ga wannan sati: Ku ciyar lokaci addu'a ga mishaneri.

	Adu'a	*Godiya*
Litinin		
Tálata		
Laraba		
Alhamis		
Jumma'a		

In kana jin daɗi, ka yi murna, In
kuma wahala kake sha, ka tuna,
Allah ne ya yi duka biyunsa,
Don kada mutum ya san abin da
zai faru a nan gaba.

Mai-wa'azi 7:14

Littattafai na Sati Biyar

LITINI ***MAI-WA'AZI 7:1-6***

Fifikon Hikima

1Kyakkyawan suna ya fi man ƙanshi tsada, ranar mutuwa kuma ta fi ranar haihuwa.

2Gara a tafi gidan da ake makoki Da a tafi gidan da ake biki, Gama wannan shi ne ƙarshen dukan mutane Ya kamata duk mai rai ya riƙe wannan a zuciyarsa, Mutuwa tana jiran kowa.

3Baƙin ciki ya fi dariya, Gama baƙin ciki yakan kawo gyara.

4Mai hikima yakan yi tunanin mutuwa, Amma wawa yakan yi tunanin shagalin duniya.

5Gara mutum ya ji tsautawar mai hikima, Da ya ji wawaye suna yabonsa.

6Dariyar wawa kamar ƙarar ƙayar da take karce gindin tukunya ce. Wannan ma aikin banza ne.

TALATA ***MAI-WA'AZI 7:7-13***

7Hakika zalunci yakan sa mai hikima ya zama wawa, Karɓar rashawa kuma yakan lalata hali.

8Gara ƙarshen abu da farkonsa. Mai haƙuri kuma ya fi mai girmankai.

9Ka kame fushinka, Gama wawa ne yake cike da fushi.

10Kada ka yi tambaya, cewa me ya sa zamanan dā suka fi na yanzu? Gama wannan tambaya ba ta hikima ba ce.

11Ya kamata kowane mutum ya zama mai hikima, Gama tana da kyau kamar cin gādo.

12Hikima mafaka ce, takan kāre mutum kamar yadda kuɗi suke yi. Kiyayewar da hikima takan yi wa mai ita, ita ce amfanin ilimi.

13Ka yi tunanin aikin Allah, Wa ya isa ya miƙe abin da ya tanƙware?

LARABA ***MAI-WA'AZI 7:14-18***

14In kana jin daɗi, ka yi murna, In kuma wahala kake sha, ka tuna, Allah ne ya yi duka biyunsa, Don kada mutum ya san abin da zai faru a nan gaba.

15A kwanakina marasa amfani na ga kowane irin abu. Adali ba safai yakan yi tsawon rai ba,
mugu kuwa yakan yi tsawon rai a mugayen ayyukansa. 16Kada ka cika yin adalci, kada kuma
ka cika yin hikima, gama don me za ka kashe kanka? 17Kada ka cika yin mugunta, kada kuma
ka cika yin wauta, gama don me za ka mutu tun kwanakinka ba su cika ba? 18Idan ka riƙe
wannan zai amfane ka. Kada ka bar wancan, gama shi wanda yake tsoron Allah zai yi amfani
da su.

ALHAMIS *MAI-WA'AZI 7:19-24*

19Abin da hikima take iya yi wa mutum ɗaya ya fi abin da masu mulki goma za su yi wa birni.
20Ba wani mutum a duniyar nan wanda yake aikata abin da yake daidai dukan lokaci, ba tare
da yin kuskure ba.
21Kada ka kula da kowane abu da mutane suke faɗa, mai yiwuwa ne ka ji baranka yana zaginka.
22Kai kanka ka sani sau da yawa kakan zagi waɗansu mutane.
Neman Hikima
23Na yi amfani da hikimata don in jarraba wannan duka, domin na ɗaura aniya in zama mai
hikima, amma abin ya fi ƙarfina. 24Wane ne zai iya sanin gaibi? Abin ya yi mana zurfi ƙwarai,
yana da wuyar ganewa.

JUMMA'A *MAI-WA'AZI 7:25-29*

25Amma na duƙufa neman ilimi, ina ta yin nazari, ina nema in san hikima da amsoshin
tambayoyina, in kuma san mugunta da wautar dakikanci.
26Sai na iske wani abu da ya fi mutuwa ɗaci, wato mace wadda ƙaunar da take yi maka za ta
kama ka kamar tarko, kamar kuma raga. Rungumewar da za ta yi maka za ta ɗaure ka kamar
sarƙa. Wanda Allah yake jin daɗinsa zai tsere mata, amma za ta kama mai zunubi. 27Haka ne,
in ji Mai Hadishi, da kaɗan da kaɗan na gane wannan sa'ad da nake neman amsa. 28Amsar da
nake nema ban samu ba. Na sami mutum ɗaya mai hikima, wato a cikin mutum dubu, amma
daga cikin mata ban sami ko ɗaya ba. 29Wannan ne kaɗai abin da na gane, tsaf Allah ya yi mu,
amma mu muka rikitar da kanmu.

Litinin

Karanta: Mai-Wa'azi 7:1-6
Abin Bincike: Mai-Wa'azi 7:1

Littafi - Yadda za'a Rubuta nassin Litafi mai Tsarki.

Kallo - Lura da abun da aka rubuta domin samun fahimta

Litinin

Aikace-aikace - Menene abun aikatawa.

Adu'a - Yi Adu'a akan abun da aka gane.

-Visit our website today for the corresponding blog post!-

Tálata

Karanta: Mai-Wa'azi 7:7-13
Abin Bincike: Mai-Wa'azi 7:11-12

Littafi - Yadda za'a Rubuta nassin Litafi mai Tsarki.

Kallo - Lura da abun da aka rubuta domin samun fahimta

Tálata

Aikace-aikace - Menene abun aikatawa.

Adu'a - Yi Adu'a akan abun da aka gane.

Laraba

Karanta: Mai-Wa'azi 7:14-18
Abin Bincike: Mai-Wa'azi 7:14

Littafi - Yadda za'a Rubuta nassin Litafi mai Tsarki.

Kallo - Lura da abun da aka rubuta domin samun fahimta

Laraba

Aikace-aikace - Menene abun aikatawa.

Adu'a - Yi Adu'a akan abun da aka gane.

-Visit our website today for the corresponding blog post!-

Alhamis

Karanta: Mai-Wa'azi 7:19-24
Abin Bincike: Mai-Wa'azi 7:19-20

Littafi - Yadda za'a Rubuta nassin Litafi mai Tsarki.

Kallo - Lura da abun da aka rubuta domin samun fahimta

Alhamis

Aikace-aikace - Menene abun aikatawa.

Adu'a - Yi Adu'a akan abun da aka gane.

Jumma'a

Karanta: Mai-Wa'azi 7:25-29
Abin Bincike: Mai-Wa'azi 7:27-29

Littafi - Yadda za'a Rubuta nassin Litafi mai Tsarki.

Kallo - Lura da abun da aka rubuta domin samun fahimta

Jumma'a

Aikace-aikace - Menene abun aikatawa.

Adu'a - Yi Adu'a akan abun da aka gane.

-Visit our website today for the corresponding blog post!-

Tambayoyi yin Tunani

1. Me ya sa ne "makoki" fiye da "biki" da kuma "baƙin ciki" fiye da "dariya?" (Eccl. 7: 1-4)

2. Ka jerin abin da yake mai hikima da abin da yake wauta a cewar Eccl. babi na 7.

3. Me ya sa yake fushi m bisa ga Eccl. 7: 9?

4. A Eccl. 7:16 muna gaya wa ba za overly m ko kuma hikima. Shin, wannan zai yiwu? Menene Sulemanu ya nufi?

5. Bayan da yawa lura Sulemanu ya zo ƙarshe a Eccl. 7:29. Mene ne ya ƙarshe?

Tá mayar da martani

Sati na Shida

Kalubale na Shida (Ka lura da shi za a aika zuwa gare ku, a kowace Litinin):

Adu'a mayar da hankali ga wannan sati: Ku ciyar lokaci addu'a da kanki.

Adu'a	*Godiya*
Litinin	
Talata	
Laraba	
Alhamis	
Jumma'a	

Ko da yake mugun mutum ya aikata laifofi sau ɗari, amma kuwa ya rayu, duk da haka na sani idan kana tsoron Allah kome zai tafi daidai.

Mai-wa'azi 8:12

Littattafai na Sati Shida

LITINI ***MAI-WA'AZI 8:1-9***

1Mutum mai hikima ne kaɗai ya san ainihin ma'anar yadda abubuwa suke. Hikima takan sa shi
fara'a, da sakin fuska.
Yi wa Sarki Biyayya
2Ka kiyaye umarnin sarki saboda alkawarin da ka ɗauka. 3Sarki yana iya yin kowane abu da ya
ga dama, don haka ka guje wa wurin da yake, kada ka zauna a wuri mai hatsari haka. 4Da iko
sarki yake aiki, don haka ba mai iya ce masa, "Don me?"
5Muddin ka kiyaye umarnin sarki gidanka lafiya, mai hikima yakan yi abu, ya kuma san lokacin
yi da hanyar da ta dace da yinsa. 6Akwai lokacin da ya dace, da hanyar da ta dace na yin kowane
abu, ko da yake wahalar mutum ta yi masa yawa. 7Ko ɗaya daga cikinmu ba wanda ya san abin
da zai faru, wane ne zai faɗa mana? 8Ba wanda zai iya hana kansa mutuwa, ko ya dakatar da
ranar mutuwarsa. Idan yaƙi ya zo ba makawa, ba yadda za mu yi mu zurare.
Mugun da Adali
9Na ga wannan duka a sa'ad da nake tunani a kan abubuwan da ake yi a duniyar nan, duniyar
da waɗansu sukan sami mulki, waɗansu kuwa su sha wuya a ƙarƙashinsu.

TALATA ***MAI-WA'AZI 8:10-13***

10Hakika na ga an kai mugaye an binne, amma a birnin nan inda suka aikata wannan mugun
abu, mutane suna yabonsu, amma sun kuma manta da su. Wannan kuma aikin banza ne.
11Don me mutane suke aikata laifofi a natse? Domin ba a hukunta laifofi nan da nan. 12Ko da
yake mugun mutum ya aikata laifofi sau ɗari, amma kuwa ya rayu, duk da haka na sani idan
kana tsoron Allah kome zai tafi daidai. 13Ga mugaye ba zai tafi daidai ba, kamar inuwa ransu
yake. Za su yi mutuwar ƙuruciya domin ba su da tsoron Allah.

LARABA *MAI-WA'AZI 8:14-15*

[14]Dubi aikin banza da yake faruwa a duniya. Wani lokaci adalai suke shan hukuncin da za a yi
wa mugaye, mugaye kuwa su karɓi sakayyar da za a ba adalai. Na ce wannan ma aikin banza
ne.
[15]Abin da na ce, shi ne mutum ya ji daɗi, domin iyakar jin daɗinsa a wannan rai, shi ne ya ci, ya
sha, ya ji wa kansa daɗi. Aƙalla yana iya yin wannan in ya yi aiki a kwanakinsa wanda Allah
ya ba shi a wannan duniya.

ALHAMIS *MAI-WA'AZI 8:16-17*

[16]A duk lokacin da nake ƙoƙari in zama mai hikima, in san abin da yake faruwa a duniya, sai
na gane, ko da a ce mutum ba zai yi barci ba dare da rana, [17]sam, ba zai taɓa fahimtar abin da
Allah yake yi ba. Iyakar ƙoƙarin da ka yi duk ba za ka iya ganewa ba. Masu hikima suna iya
cewa sun sani, amma kuwa ba su sani ba.

JUMMA'A *MAI-WA'AZI 9:1-6*

Rashin Daidaitawa

[1]Na daɗe ina tunani ƙwarai a kan wannan abu duka, yadda Allah yake sarrafa ayyukan masu
hikima da na adalai, har da ƙaunarsu da ƙiyayyarsu. Ba wanda ya san abin da zai faru nan
gaba. [2]Ba wani bambanci. Makoma ɗaya ce, ta adali da ta mugu, da ta mutumin kirki da ta
marar kirki, da ta tsattsarka da ta marar tsarki, da ta masu yin sujada da ta marasa yi. Mutumin
kirki bai fi mai zunubi ba. Wanda ya yi rantsuwa bai fi wanda bai yi ba. [3]Duk makomarsu ɗaya
ce, wannan ita ce ɓarnar da take faruwa a duniya. Muddin mutane suna da rai tunaninsu cike
yake da mugunta da rashin hankali. Bayan haka sukan mutu. [4]Amma dukan wanda yake da rai
a wannan duniya ta rayayyu, yana sa zuciya, gara rayayyen kare da mataccen zaki. [5]Hakika
rayayyu sun san za su mutu, amma matattu ba su san kome ba. Ba su da wani sauran lada nan
gaba, an manta da su ke nan sam. [6]Kaunarsu, da ƙiyayyarsu, da kishinsu sun mutu tare da su.
Ba za su ƙara yin wani abu da ake yi a duniya ba.

Litinin

Karanta: Mai-Wa'azi 8:1-9
Abin Bincike: Mai-Wa'azi 8:4-5

Littafi - Yadda za'a Rubuta nassin Litafi mai Tsarki.

Kallo - Lura da abun da aka rubuta domin samun fahimta

Litinin

Aikace-aikace - Menene abun aikatawa.

Adu'a - Yi Adu'a akan abun da aka gane.

-Visit our website today for the corresponding blog post!-

Talata

Karanta: Mai-Wa'azi 8:10-13
Abin Bincike: Mai-Wa'azi 8:12

Littafi - Yadda za'a Rubuta nassin Litafi mai Tsarki.

Kallo - Lura da abun da aka rubuta domin samun fahimta

Tálata

Aikace-aikace - Menene abun aikatawa.

Adu'a - Yi Adu'a akan abun da aka gane.

Laraba

Karanta: Mai-Wa'azi 8:14-15
Abin Bincike: Mai-Wa'azi 8:15

Littafi - Yadda za'a Rubuta nassin Litafi mai Tsarki.

Kallo - Lura da abun da aka rubuta domin samun fahimta

Laraba

Aikace-aikace - Menene abun aikatawa.

Adu'a - Yi Adu'a akan abun da aka gane.

-Visit our website today for the corresponding blog post!-

Alhamis

Karanta: Mai-Wa'azi 8:16-17
Abin Bincike: Mai-Wa'azi 8:16-17

Littafi - Yadda za'a Rubuta nassin Litafi mai Tsarki.

Kallo - Lura da abun da aka rubuta domin samun fahimta

Alhamis

Aikace-aikace - Menene abun aikatawa.

Adu'a - Yi Adu'a akan abun da aka gane.

Jumma'a

Karanta: Mai-Wa'azi 9:1-6
Abin Bincike: Mai-Wa'azi 9:1

Littafi - Yadda za'a Rubuta nassin Litafi mai Tsarki.

Kallo - Lura da abun da aka rubuta domin samun fahimta

Jumma'a

Aikace-aikace - Menene abun aikatawa.

Adu'a - Yi Adu'a akan abun da aka gane.

-Visit our website today for the corresponding blog post!-

Tambayoyi yin Tunani

1. Abin da sakamako aikata hikima da a kan wani mutum bisa ga Eccl. 8: 1?

2. Me ya sa Sulemanu ya ce ci gaba da umarnin sarki? (Eccl. 8: 2)

3. Duk da cewa rayuwa alama ka je da kyau ga m, dalilin da ya sa za ta ba zama wannan hanya? Abin da zai faru ga wadanda suke jin tsõron Allah? (Eccl. 8: 10-13)

4. Menene Mai-Wa'azi koya mana game da fahimtar da Allah?

5. Abin da mugunta ya faru duk? (Eccl. 9: 1-3) Me ya sa Sulemanu kira shi "mugunta"?

Tà mayar da martani

Sati na Bakwas

Kalubale na Sati Bakwas (Ka lura da shi za a aika zuwa gare ku, a kowace Litinin):

Adu'a mayar da hankali ga wannan sati: Adu'a mayar da hankali ga wannan sati: Ku ciyar lokaci wannan makon juya ka fargabar cikin adu'a.

Adu'a	Godiya
Litinin	
Tàlata	
Laraba	
Alhamis	
Jumma'a	

Maganar mai hikima alheri ce,
amma maganganun wawa za su
hallaka shi.

Mai-wa'azi 10:12

Littattafai na Sati Bakwas

LITINI ***MAI-WA'AZI 9:7-10***

7Yi tafiyarka, ka ci abincinka da farin ciki, ka sha ruwan inabinka da fara'a, gama abin da ka yi duka daidai ne a wurin Allah. 8Ka yi farin ciki da fara'a kullum. 9Ka yi nishaɗi da matar da kake ƙauna, dukan kwanakin ranka na banza waɗanda Allah ya ba ka a wannan duniya, ka more kowace rana, wannan ne kaɗai rabonka na wahalar aikinka a duniya. 10Duk abin da kake iya yi, ka yi shi da iyakar iyawarka, domin ba aiki, ko tunani, ko ilimi, ko hikima a lahira, gama can za ka.

TALATA ***MA-WA'AZI 9:11-18***

11Na gane wani abu kuma, ashe, a duniyar nan ba kullum maguji ne yake cin tsere ba, ba kullum jarumi ne yake cin nasara ba. Ba kullum mai hikima ne da abinci ba, ba kullum mai basira ne yake da wadata ba, ba kullum gwani ne yake samun tagomashi ba. Amma sa'a, da tsautsayi, sukan sami kowannensu. 12Gama mutum bai san lokacinsa ba, kamar kifayen da akan kama da taru, kamar kuma tsuntsayen da akan kama da tarko, hakanan mugun lokaci yakan auko wa 'yan adam farat ɗaya.

Hikima ta Fi Iko

13A duniyar nan na ga wani babban al'amari game da hikima. 14Dā akwai wani ɗan ƙaramin gari, mutane kuma suke ciki. Sai wani babban sarki ya kawo masa yaƙi, ya kafa masa babban sansani. 15Akwai wani matalauci, mai hikima, a garin, sai ya ceci garin ta wurin hikimarsa. Duk da haka ba wanda ya tuna da wannan matalauci. 16Na ce hikima ta fi ƙarfe ƙarfi, ko da yake an raina hikimar matalauci da maganarsa. 17Gara a kasa kunne ga tattausar maganar mai hikima, da a kasa kunne ga hargagin mai mulki a tsakanin wawaye. 18Hikima ta fi makaman yaƙi, amma mai zunubi ɗaya yakan yi ɓarna mai yawa.

LARABA ***MAI-WA'AZI 10:1-7***

Sakamakon Wauta

1Matattun ƙudaje sukan sa man ƙanshi ya yi wari, hakanan wauta kaɗan takan ɓata hikima da daraja.

2Zuciyar mai hikima takan kai shi ga yin abin da yake daidai, amma zuciyar wawa takan kai shi ga yin mugun abu. 3Ko lokacin da wawa yake tafiya a hanya, yakan nuna ba shi da hankali,

yakan kuma bayyana wa kowa shi wawa ne.
4Idan mai mulki ya husata da kai, kada ka bar inda kake, gama kwantar da hankali yakan sa a
yafe manyan laifofi.
5Akwai mugunta wadda na gani a duniya, wato kuskuren da masu mulki suke yi. 6Ana ba
wawaye manyan matsayi, attajirai kuwa ana ƙasƙantar da su. 7Na taɓa ganin bayi a kan dawakai,
shugabanni kuwa suna tafiya a ƙasa kamar bayi.

ALHAMIS

MAI-WA'AZI 10:8-15

8Wanda ya haƙa rami shi ne zai fāɗa a ciki. Wanda kuma ya rushe katanga, shi maciji zai sara.
9Wanda yake farfasa duwatsu shi za su yi wa rauni. Wanda kuma yake faskare itace yana cikin
hatsarinsu. 10Idan gatari ya dakushe ba a wasa shi ba, dole ne a yi amfani da ƙarfi da yawa,
amma hikima takan taimake shi ya ci nasara. 11Idan maciji ya sari mutum kafin a ba shi makarin
gardi kuma, ba shi da wani amfani. 12Maganar mai hikima alheri ce, amma maganganun wawa
za su hallaka shi. 13Farkon maganganunsa wauta ne, ƙarshensu kuma mugunta ne da hauka.
14Wawa ya cika yawan surutu. Wa ya san abin da zai faru nan gaba? Wa zai iya faɗa masa abin
da zai raru bayan rasuwarsa?
15Wahalar wawa takan gajiyar da shi, har bai san hanyar zuwa gari ba.

JUMMA'A

MAI-WA'AZI 10:16-20

16Kaitonki, ya ƙasa wadda sarkinki yaro ne, shugabanninki kuma suna ta shagalinsu tun da
safe. 17Mai farin ciki ce, ke ƙasar da sarkinki mai dattako ne, shugabanninki kuma suka ci a kan
kari don su sami ƙarfi, ba domin su bugu ba.
18Saboda lalaci ɗaki yakan yi yoyo, sai tsaiko ya lotsa.
19Akan shirya abinci don jin daɗi, ruwan inabi kuwa don faranta zuciya, amma ba za ka sami
ko ɗaya ba, sai idan kana da kuɗi.
20Kada ka zagi sarki ko a cikin zuciyarka, kada kuma ka zagi mawadaci a cikin ɗakin kwananka,
gama tsuntsu zai kai maganarka, wani taliki mai fikafikai zai tone asirinka.

Litinin

Karanta: Mai-Wa'azi 9:7-10
Abin Bincike: Mai-Wa'azi 9:10

Littafi - Yadda za'a Rubuta nassin Litafi mai Tsarki.

Kallo - Lura da abun da aka rubuta domin samun fahimta

Litinin

Aikace-aikace - Menene abun aikatawa.

Adu'a - Yi Adu'a akan abun da aka gane.

-Visit our website today for the corresponding blog post!-

Tálata

Karanta: Mai-Wa'azi 9:11-18
Abin Bincike: Mai-Wa'azi 9:17-18

Littafi - Yadda za'a Rubuta nassin Litafi mai Tsarki.

Kallo - Lura da abun da aka rubuta domin samun fahimta

Tálata

Aikace-aikace - Menene abun aikatawa.

Adu'a - Yi Adu'a akan abun da aka gane.

Laraba

Karanta: Mai-Wa'azi 10:1-7
Abin Bincike: Mai-Wa'azi 10:1-2

Littafi - Yadda za'a Rubuta nassin Litafi mai Tsarki.

Kallo - Lura da abun da aka rubuta domin samun fahimta

Laraba

Aikace-aikace - Menene abun aikatawa.

Adu'a - Yi Adu'a akan abun da aka gane.

-Visit our website today for the corresponding blog post!-

Alhamis

Karanta: Mai-Wa'azi 10:8-15
Abin Bincike: Mai-Wa'azi 10:12-13

Littafi - Yadda za'a Rubuta nassin Litafi mai Tsarki.

Kallo - Lura da abun da aka rubuta domin samun fahimta

Alhamis

Aikace-aikace - Menene abun aikatawa.

Adu'a - Yi Adu'a akan abun da aka gane.

Jumma'a

Karanta: Mai-Wa'azi 10:16-20
Abin Bincike: Mai-Wa'azi 10:18

Littafi - Yadda za'a Rubuta nassin Litafi mai Tsarki.

Kallo - Lura da abun da aka rubuta domin samun fahimta

Jumma'a

Aikace-aikace - Menene abun aikatawa.

Adu'a - Yi Adu'a akan abun da aka gane.

-Visit our website today for the corresponding blog post!-

Tambayoyi yin Tunani

1. Da zarar kuma Sulemanu yayi Magana game da aiki. Wace shawara ya aikata ya bada a Eccl. 9: 9-10?

2. Bisa ga Eccl. 9: 13-18, yaya hikima fi ƙarfinsa?

3. A wace hanya wauta "outweigh hikima"? (Eccl. 10: 1)

4. Menene hatsari ne ya gargadi game da a Eccl. 10: 8-9?

5. Abin da gaskiya kada mu koyi game da lalaci a Eccl. 10:18?

Tá mayar da martani

Sati na Takwas

Kalubale na Takwas (Ka lura da shi za a aika zuwa gare ku, a kowace Litinin):

Adu'a mayar da hankali ga wannan sati: Adu'a mayar da hankali ga wannan sati: Ku ciyar lokaci godiya ga Allah da Ya na aiki a rayuwarka.

Adu'a	Godiya
Litinin	
Talata	
Laraba	
Alhamis	
Jumma'a	

Bayan wannan duka, makasudin maganar shi ne, ka yi tsoron Allah, ka kiyaye dokokinsa, gama wannan shi ne wajibi ga mutum.

Mai-wa'azi 12:13

Littattafai na Sati Takwas

LITINI ***MAI-WA'AZI 11:1-4***

Abin da Mai Hikima yakan Yi
[1]Ka jefa kyautarka a baya, ka tsince ta a gaba. [2]Ka raba abin da yake hannunka ga mutum
bakwai ko takwas, gama ba ka san irin masifar da za ta auka wa duniya ba.
[3]Idan gizagizai sun cika da ruwa sukan sheƙar da shi ƙasa. A inda itace ya faɗi, a nan zai
kwanta, ko wajen kudu ko arewa. [4]Wanda yake la'akari da iska, ba zai yi shuka ba, wanda
kuma yake la'akari da gizagizai, ba zai yi girbi ba.

TALATA ***MAI-WA'AZI 11:5-10***

[5]Kamar yadda ba ka san hanyar iska ba, ko yadda ƙasusuwan jariri suke girma a mahaifar
uwarsa, hakanan kuma ba ka san aikin Allah ba, wato wanda ya yi abu duka. [6]Ka shuka iri da
safe, da yamma kuma kada ka janye hannunka, gama ba ka san wanda zai yi albarka ba, ko
wannan ko wancan, ko kuma duka biyunsu su yi albarka.
[7]Haske yana da daɗi, abu mai kyau kuma idanu su dubi hasken rana. [8]Idan mutum ya rayu har
shekaru da yawa, bari ya yi murna a cikinsu duka. Sai dai kuma ya tuna da kwanakin duhu,
gama sun fi yawa. Duk abin da ya faru banza ne.
Shawara ga Matasa
[9]Ya saurayi! Ka yi murna a lokacin ƙuruciyarka, ka bar zuciyarka ta yi farin ciki a kwanakin
samartakarka. Ka bi nufin zuciyarka da sha'awar idanunka. Amma ka sani fa, a cikin al'amuran
nan duka Allah zai shara'anta ka.
[10]Kada ka bar kome ya dame ka, ko ya yi maka zafi a rai, gama ƙuruciya da samartaka ba za
su dawwama ba.

LARABA ***MAI-WA'AZI 12:1-8***

[1]Ka tuna da Mahaliccinka a kwanakin samartakarka kafin mugayen kwanaki da shekaru su
zo, da za ka ce, "Ba na jin daɗinsu." [2]Wato lokacin da rana, da haske, da wata, da taurari za su
duhunta, gizagizai kuma su tattaru bayan da suka sheƙar da ruwa. [3]A lokacin nan hannuwanka
da suke kāre ka, za su yi makyarkyata, ƙafafunka za su rasa ƙarfi. Haƙora kaɗan za su ragu
a bakinka. Idanunka za su duhunta. [4]Bakinka a rufe yake, haƙora ba su tauna abinci. Muryar
tsuntsu za ta farkar da kai. Ba za ka iya jin muryar mawaƙa ba. [5]Sa'an nan za ka ji tsoron hawan

tudu, tafiya kuma za ta yi maka wuya. Gashin kanka zai furfurce. Za ka ja jikinka. Ba sauran
sha'awar mace. Daganan sai kabari, masu makoki kuwa su yi ta kai da kawowa a kan tituna.
[6]Hakika, ka tuna da Mahaliccinka kafin igiyar azurfa ta katse, ko tasar zinariya ta fashe, ko tulu
ya fashe a bakin rijiya, ko igiya ta tsinke a bakin tafki, [7]sa'an nan turɓaya ta koma ƙasa kamar
a dā, ruhu kuma ya koma wurin Allah wanda ya ba da shi.
[8]Banza a banza, duk banza ne, in ji Mai Hadishi. Duk a banza ne.
Abin da ake Bukata wajen Mutum .

ALHAMIS

MAI-WA'AZI 12:9-12

[9]Saboda hikimar Mai Hadishi ya koya wa mutane ilimi. Ya auna, ya bincika, ya tsara karin
magana da lura sosai. [10]Ya nemi kalmomi, ya rubuta su daidai. [11]Kalmomin mutane masu
hikima kamar sanduna suke da makiyaya suke amfani da su, su bi da tumaki.
[12]Ya ɗana, ka yi hankali, kada ka zarce waɗannan, gama wallafa littattafai ba shi da iyaka,
yawan karatu kuma gajiyar da kai ne!

JUMMA'A

MAI-WA'AZI 12:13-14

[13]Bayan wannan duka, makasudin maganar shi ne, ka yi tsoron Allah, ka kiyaye dokokinsa,
gama wannan shi ne wajibi ga mutum. [14]Allah zai shara'anta kowane irin aiki, ko a ɓoye aka
yi shi, ko nagari ne, ko mugu.

Litinin

Karanta: Mai-Wa'azi 11:1-4
Abin Bincike: Mai-Wa'azi 11:4

Littafi - Yadda za'a Rubuta nassin Litafi mai Tsarki.

Kallo - Lura da abun da aka rubuta domin samun fahimta

Litinin

Aikace-aikace - Menene abun aikatawa.

Adu'a - Yi Adu'a akan abun da aka gane.

-Visit our website today for the corresponding blog post!-

Tálata

Karanta: Mai-Wa'azi 11:5-10
Abin Bincike: Mai-Wa'azi 11:8

Littafi - Yadda za'a Rubuta nassin Litafi mai Tsarki.

Kallo - Lura da abun da aka rubuta domin samun fahimta

Tálata

Aikace-aikace - Menene abun aikatawa.

Adu'a - Yi Adu'a akan abun da aka gane.

Laraba

Karanta: Mai-Wa'azi 12:1-8
Abin Bincike: Mai-Wa'azi 12:1-2

Littafi - Yadda za'a Rubuta nassin Litafi mai Tsarki.

Kallo - Lura da abun da aka rubuta domin samun fahimta

Laraba

Aikace-aikace - Menene abun aikatawa.

Adu'a - Yi Adu'a akan abun da aka gane.

-Visit our website today for the corresponding blog post!-

Alhamis

Karanta: Mai-Wa'azi 12:9-12
Abin Bincike: Mai-Wa'azi 12:11

Littafi - Yadda za'a Rubuta nassin Litafi mai Tsarki.

Kallo - Lura da abun da aka rubuta domin samun fahimta

Alhamis

Aikace-aikace - Menene abun aikatawa.

Adu'a - Yi Adu'a akan abun da aka gane.

Jumma'a

Karanta: Mai-Wa'azi 12:13-14
Abin Bincike: Mai-Wa'azi 12:13-14

Littafi - Yadda za'a Rubuta nassin Litafi mai Tsarki.

Kallo - Lura da abun da aka rubuta domin samun fahimta

Jumma'a

Aikace-aikace - Menene abun aikatawa.

Adu'a - Yi Adu'a akan abun da aka gane.

-Visit our website today for the corresponding blog post!-

Tambayoyi yin Tunani

1. Life ne unpredictable bisa ga Eccl. babi na 11, don haka yadda muke rayuwa?

2. Me ya sa Sulemanu ya nanata cewa dole ne mu tuna Allah a cikin matasa? (Eccl. 12: 1)

3. Shan dukan littafin la'akari, me ya sa Sulemanu ya ce cewa rayuwa shi ne m?

4. Me ya sa rai da ma'ana?

5. Abin da ya kamata mu fi mayar da hankali?

Tá mayar da martani

Printed in Dunstable, United Kingdom

91220731R00080